एल्मर

लेखक - डेव्हिड मॅकी

अनुवाद - डॉ. वृषाली पटवर्धन

हे पुस्तक माझं आहे

....

....

मेहता पब्लिशिंग हाऊस

ELMER by David McKee

First published in Great Britain in 1989 by Andersen Press Ltd.,
20 Vauxhall Bridge Road, London SW1V 2SA.

Translated into Marathi Language by Dr. Vrushali Patwardhan

Year of Publication : April, 2014

एल्मर

अनुवाद :
डॉ. वृषाली पटवर्धन

प्रकाशक :
सुनील अनिल मेहता
मेहता पब्लिशिंग हाऊस,
१९४१, सदाशिव पेठ, माडीवाले कॉलनी, पुणे ३०.
फोन : ०२०-२४४७६९२४
Email : author@mehtapublishinghouse.com
Website : www.mehtapublishinghouse.com

मुद्रक : पार्कसन्स ग्राफिक्स,
शहा इंडस्ट्रिअल इस्टेट, वीरा देसाई रोड, अंधेरी (प.)
मुंबई – ४०० ०५३.

प्रकाशनकाल : एप्रिल, २०१४ / पुनर्मुद्रण : जानेवारी, २०२२

ISBN 9788184985405

एल्मर

एल्मर आहे, हत्ती पॅचवर्कवाला
आलाय तुम्हाला भेटायला!

एक गाव होतं. त्या गावाच्या बाहेर घनदाट जंगल होतं. त्या जंगलात हत्तींचा मोठ्ठा कळप राहत होता. त्यात काही हत्ती तरुण होते, काही म्हातारे होते, काही चांगले उंच होते, तर काही बुटकबैंगणही होते. काही हत्ती ढोल्या पोटाचे अन् गोबऱ्या गालाचे होते, तर काही चवळीच्या शेंगेसारखे शिडशिडीतही होते. असे अन् तसे – या अन् त्या प्रकारचे, अगदी सगळ्या तऱ्हांचे हत्ती होते. हो! पण एक गोष्ट मात्र अगदी 'सेम' होती हं – ती म्हणजे, सगळे हत्ती नेहमी आनंदी असायचे आणि सगळ्यांचा रंगही सारखाच होता – काळा-भुरा! मात्र एकमेव अपवाद होता– 'एल्मर'!

आपल्या या एल्मरचा रंग इतर हत्तींसारखा साधा काळा-भुरा नव्हता. तो सगळ्यांहून वेगळाच होता! 'कसा म्हणून विचारताय? दोस्तांनो, तो होता रंगीबेरंगी – अगदी 'पॅचवर्क' केल्यासारखा! पिवळ्या धमक, चमकदार नारिंगी, लाल चुटुक, नाजूक गुलाबी, गडद जांभळ्या, निळ्या-निळ्या, हिरव्यागार, अंधारासारख्या काळ्या आणि शुभ्र पांढऱ्या रंगाचे, रंगीबेरंगी तुकडे जोडलेलं अंग असणारा एल्मर, त्या काळ्या-भुऱ्या हत्तींच्या कळपात वेगळा उठून दिसायचा.

नुसत्या रंगानंच नव्हे, तर एल्मर स्वभावानंही खूप वेगळा होता. तो सगळ्या मित्रांना, आई-बाबांना, आजी-आजोबांना आपल्या वागण्यानं आनंदी ठेवायचा. छान-छान विनोद सांगून सगळ्यांना हसवत राहायचा. विनोदसुद्धा इतकी छान 'ॲक्टिंग' करून सांगायचा की, सगळे हत्ती खळखळून हसत बसायचे. एखादा हत्ती कुणावर रुसलेला, रागावलेला असला ना, तरी एल्मर काही तरी युक्ती करून त्याला हसवायचा.

पण एकदा गंमत झाली. रात्री एल्मरला झोपच येईना. त्याच्या डोक्यात एकच विचार... सगळे हत्ती कसे छान काळ्या-भुऱ्या रंगाचे! आपणच असे एकटे 'पॅचवर्क'वाले का? छे! कंटाळा आला बुवा या रंगांचा. हत्ती कधी असा असतो का? सगळे मित्र मला 'रंग्या रंग्या' म्हणून चिडवतात. माझी चेष्टा करतात. देवा, मला काळा-भुरा हत्ती का नाही केलंस? रात्रभर तो विचार करत होता. त्याला एक आयडिया सुचली!

सकाळ झाली. बाकीचे सगळे हत्ती आळस देत, आळोखे-पिळोखे देत हळूहळू उठत होते. पण आज एल्मर मात्र कुण्णाचं लक्ष जाणार नाही, अशा लांब एका ठिकाणी गुपचूप झोपून राहिला होता.

आपल्याकडे कुणी पाहत नाही, असं बघून थोड्या वेळानं तो पट्कन उठला आणि जंगलातून आत चालायला लागला. वाटेत त्याला इतर प्राणी भेटत होते.

भेटणारा प्रत्येकजण 'गुड मॉर्निंग एल्मर!' असं म्हणत होता आणि दर वेळी एल्मर 'गुड मॉर्निंग' म्हणून प्रतिसाद देत होता.

त्यांच्याकडे नुसतं हसून बघून एल्मर खूप वेळ पुढे चालत राहिला. शेवटी त्याला हवं होतं तसं मोठ्ठं झुडूप दिसलं. ते होतं ब्लॅक बेरीचं झाड. हत्तीसारख्या काळ्या-भुऱ्या रंगाच्या बेरींनी ते झाड नुसतं लगडलेलं होतं. काळ्या-भुऱ्या ब्लॅक बेरी पाहून एल्मरला खूप आनंद झाला. 'येस्स!' – त्यानं टुण्कन उडीही मारली. त्यानं सोंडेत ते झाड पकडलं आणि गदागदा हलवलं. काळ्या-भुऱ्या बेरींचा जमिनीवर सडा पडला.

झाडाखालची सगळी जमीन त्या बेरींनी झाकली गेली. एल्मर खूश झाला. मुद्दाम अंग घासत तो त्या ब्लॅक बेरींवर लोळायला लागला. डाव्या कुशीवरून उजव्या कुशीवर – पोटावरून, डोक्यावरून लोळत अंग घासत राहिला. मग त्यानं ब्लॅक बेरीचे घड तोडले आणि त्यांचा रस स्वत:च्या अंगावर सोंडेनं फवारला. इतका की, पिवळा, नारिंगी, हिरवा, जांभळा, लाल, निळा, काळा, पांढरा, गुलाबी – हे सगळे रंग दिसेनासे झाले. त्यानं तो काळा-भुऱ्या रंगाचा रस मनसोक्त फासून घेतला.

"हंऽ आता ओके! मीही आता इतर हत्तींसारखा काळ्या-भुऱ्या रंगाचा झालो बाबा! आता कुणी माझी चेष्टा करणार नाही!" एल्मर स्वत:शीच आनंदाने म्हणाला. आणि उड्या मारत परत जायला निघाला.

वाटेत पुन्हा त्याला सगळे प्राणी भेटले. पण या वेळी मात्र त्याला कुणीच 'गुड मॉर्निंग एल्मर' म्हटलं नाही. सगळे आपले 'गुड मॉर्निंग एलिफंट' म्हणून पुढे जात होते.

“वॉव! ‘एल्मर’ म्हणून मला कुणीच ओळखलं नाहीय्ये ऽ!” एल्मर भलताच खूश होता.

तो कळपात परत आला, तेव्हा सगळे हत्ती शांतपणे ओळीनं उभे होते – अगदी पी.टी.चा तास असल्यासारखे! एल्मरही शांतपणे त्यांच्यात जाऊन उभा राहिला. पण कुणाचंही त्याच्याकडे लक्ष गेलं नाही. म्हणजे हा एल्मर येऊन उभा राहिलाय, हे कुणाच्या लक्षातच आलं नाही.

काही वेळानं एल्मरला वाटलं, अरे, काही तरी चुकतंय! पण काय, ते त्याला कळेना. त्यानं इकडे-तिकडे पाहिलं. वेगळं तर काहीच नव्हतं. तेच जंगल, तेच निळं-काळं आकाश, डोक्यावर येणारा तोच पावसाळी ढग आणि तेच सगळे हत्ती! एल्मरनं पुन्हा एकदा सगळ्यांवर नजर टाकली.

सगळे हत्ती खरंच चित्रातल्यासारखे स्तब्ध, शांत उभे होते. एल्मर पहिल्यांदाच त्यांना इतकं शांत, गंभीरपणानं उभे राहिलेलं पाहत होता. त्यांना असे लांबट, चौकोनी चेहरे करून विचारात पडलेलं पाहून खरं तर त्याला मनातून खूप हसू येत होतं.

ते तो फार वेळ दाबूनही ठेवू शकला नाही. त्यानं नेहमीप्रमाणे आपली सोंड वर उचलली आणि जोरात आरोळी ठोकली –

त्या आरोळीसरशी सगळे हत्ती आनंदानं इकडे-तिकडे बघायला लागले.

बूऽऽ

“हा तर एल्मरचा आवाज! पण आहे कुठे तो?” सगळे जण त्याला शोधायला लागले. ‘ए ढोल्या’, ‘ए रंग्या’, ‘ए सोन्या’ सगळे त्याला हाका मारायला लागले. “हा काय मी इथेच आहे!” असं एल्मरनं म्हटल्यावर सगळ्यांची नजर त्याच्याकडे वळली आणि काय? काळ्या-भुऱ्या एल्मरला पाहून ते सोंड उंच करून दात दाखवत हसतच सुटले.

हसून-हसून त्यांची पुरेवाट झाली. अगदी गडाबडा लोळायलाच लागले म्हणा ना! आजपर्यंत ते कधीच एवढे हसले नव्हते.

इतक्यात पाऊस पडायला लागला. एल्मर पावसात भिजला. त्याच्या अंगावरून पावसाचं पाणी ओघळू लागलं.

तसा त्याचा रंग उतरायला लागला – त्याचा 'ब्लॅक बेरी' रंग वाहून जायला लागला. त्याचं हिरवं, निळं, गुलाबी, पिवळं, नारिंगी, लाल, काळं, पांढरं 'पॅचवर्क' पुन्हा दिसायला लागलं. त्यानं फासून घेतलेला काळा-भुरा रंग पावसानं पार धुऊन काढला होता. ते पाहून एक म्हातारा हत्ती हसत-हसत म्हणाला, ''बेटा एल्मर, रोज तू विनोद सांगून आम्हाला हसवतोस खरा, पण आजचा हा 'जोक' एकदम भारी हं!'' एल्मरचे मित्र त्याला चिडवायला लागले.

"आपण ना, एल्मरचा हा 'फजिती-डे' दर वर्षी साजरा करू या."
शेवटी अशा या 'एल्मर-डे'ला सगळ्या हत्तींनी स्वत:ला वेगळंच रंगीबेरंगी ड्रेस घालून नटवायचं आणि एल्मरनं स्वत:ला ब्लॅक बेरीनं काळा-भुरा रंग द्यायचा, असं ठरलं.

तुम्हाला माहितेय? त्या जंगलातले हत्ती खरंच असं करतात. वर्षातून एक दिवस म्हणजे 'एल्मर-डे'ला स्वत: रंगीबेरंगी कपडे घालून जंगलभर फिरून येतात आणि त्या दिवशी तुम्हाला जर नेहमीच्या हत्तींच्या कळपात काळ्या-भुऱ्या रंगाचा एखादा हत्ती दिसला ना, तर नक्की समजा – तो आपला एल्मरच असणार!

एल्मर
आणि हरवलेला टेडी

एल्मर आपला सगळ्यात कुशल
शोधून काढला त्यानं टेडी स्पेशल!

रात्रीची वेळ होती. सगळीकडे काळोख दाटून आला होता. आकाशात चांदण्या चमचम करत होत्या. सगळीकडे शांतता पसरलेली होती. एवढ्यात आपल्या 'पॅचवर्क'वाल्या एल्मर हत्तीला कुणाच्या तरी रडण्याचा आवाज ऐकू आला. ते हत्तीचं छोटं पिल्लू होतं.

"काय झालं? हा छोटू का रडतोय?" एल्मरनं त्या पिल्लाच्या आईला विचारलं. "अरे, त्याला त्याचा टेडी हवाय. पण काल आम्ही ट्रीपला गेलो होतो ना, तिथे कुठे तरी त्याचा टेडी हरवला. आणि टेडीशिवाय हा काही झोपायला तयार नाही, म्हणून चाललीय रडारड!" पिल्लूच्या आईनं सांगितलं

“काकू, तुम्ही काही काळजी करू नका. आत्तापुरता मी माझा टेडी त्याला देतो. आपण उद्या त्याचा टेडी शोधू.” एल्मर समजूतदारपणे म्हणाला.

घरात जाऊन एल्मर स्वत:चा टेडी घेऊन आला आणि तो त्या पिल्लाला दिला. टेडी पाहून पिल्लू खूश झालं आणि त्याला जवळ घेऊन लगेच गाढ झोपला– सुद्धा!

दुसऱ्या दिवशी सकाळी एल्मर टेडीच्या शोधात निघाला. तो थोडंच अंतर गेला असेल... एवढ्यात त्याला त्याचा चुलत भाऊ विल्बर भेटला.
“काय म्हणतोस? कसा आहेस?” एल्मरनं चौकशी केली आणि म्हणाला, “अरे, आमच्या शेजारच्या छोट्याचा टेडी हरवलाय. तो शोधायला मी बाहेर पडलोय. तुला कुठे दिसला का एखादा टेडी?”
“नाही बुवा. पण दिसला ना, तर मी तुला नक्की सांगेन.” विल्बर म्हणाला.

एवढ्यात एल्मरला कुणी तरी आपल्याशी बोलतंय, असं वाटलं. "हॅलो एल्मर, सकाळी सकाळी कुठे निघाला आहेस?" सिंह विचारत होता.

"काय सांगू सिंहदादा? आमच्या शेजारच्या छोटूचा टेडी हरवलाय, तोच शोधतोय." एल्मर उत्तरला.

"टेडी हरवलाय? मग झालंच! अरे, आमच्या छाव्याला पण टेडीचं फार वेड आहे. त्याचा टेडी जरा कुठे दिसला नाही की, तोही लगेच भोकाड पसरतो. हे बघ, मला दिसला ना, तर मी लगेच तुला बोलावणं पाठवेन. त्या वाघोबाला विचारून बघ बरं. एखाद वेळेस त्यानं बघितलं असेल." सिंह म्हणाला.

एल्मर वाघाच्या गुहेपाशी पोहोचला. त्यानं बाहेरूनच जोरात हाक मारली – ''योहो भाऊ!'' त्याची हाक ऐकून वाघ दबक्या पावलांनी बाहेर येत म्हणाला, ''शूऽऽ... हळू बोल. माझी जुळी बाळं आताच झोपलीत!''

''सॉरी हं. मला माहीत नव्हतं.'' एल्मरनं दिलगिरी व्यक्त केली आणि म्हणाला, ''काही काम नव्हतं माझं, पण आमच्या शेजारच्या छोटू हत्तीचा टेडी सापडत नाहीये. तुम्ही बघितलात का कुठे?''

''टेडी का? आत्ताच्या या मुलांना असल्या खेळण्यांची फार सवय लागलेली असते. आमच्याहीकडे तेच आहे. आमचेही दोन्ही बछडे त्यांच्या टेडींशिवाय झोपत नाहीत. बरं, तुमचा टेडी दिसला तर तुला आवाज देईन ना मी!'' वाघोबा म्हणाला.

एल्मर तसाच पुढे गेला. त्याला इतरही प्राणी भेटले. त्यांच्या सगळ्यांच्या बाळांकडे त्यांचे-त्यांचे टेडी होते, पण छोटूचा टेडी कुणालाच दिसला नव्हता. सगळ्यांचं एकच उत्तर होतं, "आम्हाला दिसला, तर तुला सांगू!"

आता दुपार व्हायला लागली. एल्मर सकाळपासून टेडीला शोधत फिरत होता, पण अजूनही तो सापडत नव्हता. “सापडेल, सापडेल.” असं म्हणत एल्मर स्वत:चीच समजूत घालत होता.

हळूहळू संध्याकाळ झाली. अंधार पडायला लागला. एवढ्यात “मी हरवलोय... मला कुणी तरी घ्या. मला घरी जायचंय...” असं म्हणत मुसमुसण्याचा आवाज आला. एकदा नव्हे, दोनदा. कुणी तरी रडत होतं.

एल्मर त्या आवाजाच्या दिशेनं पुढे झाला. दोन-तीन झुडपं बाजूला सारून बघतो, तर काय! तिथे टेडी बेअर होतं. तेच रडत होतं. "ए हत्तीदादा, मला घे ना. मला माझ्या छोटू हत्तीकडे जायचंय. मला त्याची खूप आठवण येतेय. मी ना, हरवलोय. मला घेऊन चल छोटूकडे – प्लीऽजऽऽ" टेडी म्हणालं.

"अरे! गंमतच आहे! टेडी असून तू चक्क चक्क बोलतोयस?" एल्मर आश्चर्यानं म्हणाला.

"हो. पण ते जाऊ दे; मला आधी छोटूकडे पोहोचव. मला त्याच्याशिवाय झोप नाही येत." टेडी रडवेला होऊन म्हणाला.

पण एल्मरला ते खरं वाटत नव्हतं. त्यानं त्याच्याकडे नीट पाहिलं. “तुझा आवाज येतोय, पण तुझं तोंड कुठे हलतंय?” त्यानं विचारलं. एवढ्यात गमत्या विल्बर झाडातून बाहेर आला.

"हं, विल्बर! या टेडीसाठी तूच आवाज काढून बोलत असणार, हे माझ्या लक्षात यायला हवं होतं." एल्मर हसत-हसत म्हणाला.

“मी तुला प्रॉमिस केलं होतं ना, टेडी दिसला की, मी तुला हाक मारेन. म्हणून मी हाक मारून तुला बोलावलं. चल, आता मात्र आणखीनच अंधार पडायला लागलाय. आपण आधी या टेडीला छोटूकडे घेऊन जाऊ.” विल्बर म्हणाला.

दोघंही टेडीला घेऊन गाणी म्हणत,
नाचत घराकडे निघाले.

छोटूनं आपल्या टेडीला बघून आनंदानं टुण्कन उडीच मारली. टेडीला जवळ घेतलं आणि शहाण्या मुलासारखा एल्मरचा टेडी त्याला लगेच परत देऊन टाकला.

एल्मर आणि विल्बरचे कसे आभार मानावेत, हे छोटूच्या आईला कळेना. तिलाही खूप आनंद झाला. तिनं दोघांना खाऊ देऊन शाबासकी दिली. दोघंही घरी जायला निघाले.

वाटेत विल्बरनं एल्मरला विचारलं, ‘‘काय रे, त्या छोटूला तुझा टेडी तू तात्पुरता दिलास; पण त्यानं तुला तुझा टेडी परत दिला नसता तर? तुला काळजी नाही वाटली? कारण, तुझा टेडी कसा एकदम मस्त ‘‘स्पेशल’’ आहे ना!’’

त्यावर एल्मर म्हणाला, ''तसं काही नाही. माझा एकट्याचा टेडी स्पेशल नाहीये; सगळेच टेडी स्पेशल असतात. आणि आपल्या स्वत:चा टेडी तर आणखी जास्त स्पेशल असतो!''

काय दोस्तांनो, तुमचाही टेडी 'स्पेशल आहे ना?'

एल्मर
आणि वारा

सोसाटयाचा वारा सुटला
आणि एल्मर चक्क उडू लागला...

त्या दिवशी फारच सोसाट्याचा वारा सुटला होता. जंगलातल्या एका गुहेत आसऱ्यासाठी एल्मर थांबला होता. त्याचे इतर हत्ती दोस्त, काही पक्षी-मित्र आणि त्याचा चुलत भाऊ विल्बरही त्याच्याबरोबर होता. नेहमीप्रमाणे विल्बर वेगवेगळ्या आवाजांच्या करामती करत होता. गुहेच्या मागच्या बिळातून येणाऱ्या आवाजाची त्यानं नक्कल केली. तो हुबेहूब आवाज ऐकून सगळे जण मनमुराद हसले.

''केवढा हा वारा सुटलाय! आज उडण्यात धोका आहे.'' एक पक्षी म्हणाला. ''हो ना. आपण एवढेसे लहान. हलके. या वाऱ्यात कुठेही भेलकांडत जाऊ!'' दुसरा घाबरत म्हणाला. ''हो. पण आमच्यासारख्या हत्तींना काही होणार नाही.'' एल्मरनं चिडवलं. ''पण हत्तींना उडता कुठे येतं?'' पक्ष्यानं टोला दिला. ''शिवाय एल्मर, मी तर म्हणतो की, या सोसाट्याच्या वाऱ्यात बाहेर पडायला तू घाबरतोयस. भित्री भागूबाई कुठली.'' दुसऱ्यानं आणखी चिडवलं. ''काय म्हणालास? मी – मी भित्रा आहे? बघच आता. विल्बर, चल. यांना दाखवूच आपण कोण आहोत ते.'' एल्मरनं बेट लावली. ''एल्मर, विल्बर – वाऱ्यात जायचा वेडेपणा करू नका. मागे फिरा.'' आजोबा हत्ती रागावले. पण त्यांचं बोलणं ऐकायला एल्मर-विल्बर तिथे होते कुठे? ते तर आधीच गुहेच्या बाहेर पडले होते.

दोघं झाडांच्या मागे उभे राहिले. आता ते त्या गुहेतल्या हत्तींच्या नजरेच्या टप्प्यात नव्हते. एल्मर पुढे झाला आणि दुसऱ्या गुहेच्या दिशेनं जायला लागला. ''ही आयडिया भन्नाट आहे हं एल्मर!'' विल्बर म्हणाला. ''मग! तुझाच भाऊ आहे मी! विल्बर, आता एक काम कर. तू असा काही आवाज काढून त्यांच्याशी बोल की, आपण अजूनही वाऱ्यात चालतोय, असं त्यांना वाटलं पाहिजे. आणि हो, अधून-मधून माझ्यासारखाही आवाज काढून बोल.'' एल्मरनं सांगितलं.

"वा! आलं लक्षात." असं म्हणून एल्मरसारखा आवाज काढून विल्बर बोलायला लागला. शिवाय आवाज असा काढला की, जणू खूप लांबून बोलतोय. "या सोसाट्याच्या वाऱ्यात पाऊल पुढे टाकणंही मुश्किल आहे." मग स्वत:च्या आवाजात म्हणाला, "एल्मर, सांभाळून चल."

हे आवाज ऐकून सगळे हत्ती काळजीत पडले. एवढ्यात विल्बर ओरडला, "एल्मरऽऽ कशाला तरी घट्ट पकड. ते बघ – ते बघ!"

“धावाऽधावाऽऽवाचवाऽ” एल्मरचा आवाज आला. “वाचवाऽऽ मी उडायला लागलोय... वाऱ्यानं उडतोय! वाचवाऽऽ”
“एल्मर खाली ये. बापरे! तू उडतोयस कसा? वाचवाऽ वाचवाऽऽ एल्मर – एल्मर...” विल्बरचा ओरडा ऐकू आला.

“बापरे! म्हणजे एल्मर वाऱ्यानं उडून चाललाय वाटतं? चला, आपण त्याच्या मदतीला जायला हवं. एक हत्ती म्हणाला.
“अरे, पण हत्तीदादा, तू या गुहेतून बाहेर गेलास, तर तूही वाऱ्यानं उडून जाशील ना!” एक पक्षी म्हणाला.
“थांबा. एक युक्ती करू या. आपण सगळे जण साखळी करू या. मागच्या हत्तीनं पुढच्या हत्तीची शेपूट सोंडेनं पकडायची – काय?” दुसऱ्यानं युक्ती लढवली.
“हो – हो. चालेल. आपल्या एल्मरला मदत करायलाच हवी.” असं म्हणून सगळ्या हत्तींनी सोंडेत शेपटी पकडून साखळी केली. सगळे बाहेर आले.

पुढच्या हत्तीची शेपूट मागच्याच्या सोंडेत पकडलेली पाहून एल्मरला हसायला आलं.

"ए विल्बर, ते बघ. कसे दिसतायत सगळे!" तो म्हणाला.

"एल्मर, मागे हो – वाऱ्यानं उडशील!" विल्बरनं त्याला हाक मारली.

हत्तींना काही तरी बोलायचं होतं खरं; पण शेपट्या आणि सोंड एकमेकांत गुंतल्यामुळे त्यांना तोंडच उघडता येईना. त्यांच्या तोंडून फारच चमत्कारिक, गमतीशीर आवाज येत होते.

"छ्या! या दोघांनी आपल्याला "मामा" बनवलं!" आपल्याला फसवलं. आपली चेष्टा उडवली!" ही सगळी एल्मर आणि विल्बरची ट्रिक आहे हो!" सगळे जण वैतागले. गुहेत परतले.

थोड्या वेळानं एल्मर आणि विल्बरही तिथे आले. सगळ्या हत्तींनी हा "जोक" "एन्जॉय" केला. "एल्मर, तुझं फारच चुकलं. वेड्यासारखा वागलास तू." एक पक्षी म्हणाला.

"खरं आहे मित्रा पण हत्ती काही वाऱ्यानं उडून जात नाही. मी आता त्या झाडापर्यंत जाऊन परत येतो, म्हणजे तुम्हाला हे पटेल." एल्मर म्हणाला आणि तो बाहेर पडला.

"बघितलंत? ही याची आणखी एक ट्रिक." दुसरा हत्ती म्हणाला.

एल्मर झाडांच्या मागे दिसेनासा होईपर्यंत सगळे त्याच्याकडे बघत होते.

थोडा वेळ गेला आणि एकदम एल्मरचा आवाज आला. "वाचवाऽ वाचवाऽऽ लवकर या – मला धरून ठेवा. मला जमिनीवर उभं राहता येत नाहीये!" सगळे हत्ती हसले. "विल्बर, पुन्हा गंमत करतोय!" पुन्हा मदतीसाठी हाक आली. "अरे, या – लवकर या... मी उडून चाललोय!" आता तर हत्तींच्या हास्याचा धबधबाच सुरू झाला. "अहो, हा आवाज मी काढत नाहीये." विल्बर म्हणाला.

"अरे, खरंच! हा विल्बर नाहीये." एक पक्षी म्हणाला. सगळ्यांनी त्या दिशेनं बघितलं, तर काय – एल्मर झाडावर होता. "तू तिथे काय करतोयस?" एका हत्तीनं दरडावून विचारलं. "ह्यालाच तर उडणं म्हणतात." पक्षी म्हणाला. "बिच्चारा एल्मर!" हत्तीला त्याची दया आली.

‘हे माझे सुपासारखे कान सारखे पंखांसारखे हलणारे. हे पंखांसारखे काम करतायत. ते हलवले की, मी उडतोय.’ एल्मरच्या मनात आलं. त्यानं खाली पाहिलं. विल्बर आणि इतर सगळे हत्ती त्याला इटुकले-मिटुकले दिसत होते.

क्षणभरानंतर त्याला वाटलं – ‘खरंच, असं उडण्यात कित्ती मजा आहे! धम्माल!’

इतर सगळे प्राणी त्या सोसाट्याच्या वाऱ्यापासून स्वतःला वाचवण्यासाठी धडपड करताना त्याला दिसत होते आणि त्यांना एक हत्ती चक्क उडताना दिसत होता.

“अरे, हा तर एल्मर! हीसुद्धा त्याची बंडलबाजीची ट्रिक असेल.” सिंह म्हणाला.

शेवटी सोसाट्याचा वारा थांबला आणि एल्मर खाली आला.
'छे बुवा! केवढं लांब चालत जायला लागणार आहे. बोअर जॉब!
मला माझ्या मूर्खपणाची शिक्षा मिळाली' त्याच्या मनात आलं.

वारा-वादळ शांत झाल्यावर एल्मरला शोधायला पक्षी उडत-उडत निघाले. त्यांना एल्मरला घराची वाट दाखवायची होती. हत्तींना पक्ष्यांचा थवा उडताना दिसला. त्यावरून 'एल्मर इथे जवळपास असणार,' हे त्यांनी ओळखलं. एल्मरच्या साहसाबद्दल ऐकायची त्यांनाही खूप उत्सुकता होती. त्यामुळे तेही त्या दिशेने जायला लागले.

“एल्मर, तुझं म्हणणं चुकीचं ठरलं. हत्ती वाऱ्यानं ढकलला जाऊ शकतो.” पक्षी म्हणाला.

“मित्रा, तुझंही म्हणणं चुकीचं ठरलं. आजचा दिवस उडण्यासाठी फारच सुंदर होता!” एल्मर हसत-हसत म्हणाला.

एल्मर आणि विल्बर

गमत्या विल्बरची फजिती
थांबा-थांबा हसाल किती?
हो ऽ ऽ हो हसाल किती!

आज एल्मरला भेटायला विल्बर येणार होता. विल्बर हा एल्मरचा चुलत भाऊ. एल्मर त्याची वाटच पाहत होता.

"बापरे! विल्बरला खूपच उशीर झालाय. एव्हाना यायला हवा होता तो! कुठे हरवला तर नसेल ना? वाट चुकला असेल का?" एल्मरला काळजी वाटायला लागली होती.

"चला – विल्बरला शोधायला जायला हवं", असं म्हणून एल्मर निघाला.

"विल्बरला शोधू या, हे खरं – पण तो दिसतो तरी कसा?" एका हत्तीनं एल्मरला विचारलं.

"मला वाटतं, आपण थोडं थांबून त्याची जरा वेळ वाट बघू या. कारण, हा विल्बर मोठा खोडसाळ आहे. वेगवेगळे आवाज काढून फार खोड्या करतो. तो आवाजाचा जादूगारच आहे म्हणा ना! तो अगदी जवळपास असला ना, तरी तो असा काही आवाज काढून बोलतो की, आपल्याला वाटतं – हा खूप दुरून कुठून तरी बोलतोय." एल्मर म्हणाला.

"अस्सं? म्हणजे लपंडावच झाला की!" विल्बरला शोधायला निघालेला हत्ती म्हणाला.

एल्मर आणि तो हत्ती हे सगळं बोलत असताना अचानक त्यांच्या कानांवर आरोळी आली. ''हाय एल्मर! मी इथे आहे.'' ते त्या आवाजाच्या दिशेनं धावले.

''मला शोधताय का?'' चक्क एक वाघ त्यांना विचारत होता.

''नाही रे – मला वाटलं, माझ्या भावाचाच आवाज आहे.'' एल्मर हिरमुसला होऊन म्हणाला. ''गंमतच आहे! एल्मर, नीट ऐक. कदाचित हा तुझ्या भावाचाच आवाज असेल. म्हणजे मला तरी तोच ओरडतोय असं वाटतंय.'' वाघोबा म्हणाला.

"वाचवा ऽ वाचवाऽऽ मी तळ्यात पडलोय!"
असा आवाज त्यांच्या कानांवर आला.

"एल्मर – अरे, तोच तो असणार! मी बघितलं त्याला."
एक हत्ती म्हणाला.

"काहीतरीच काय बोलतोयस? वेड्या, ते तुझंच प्रतिबिंब आहे. तूच दिसतोयस पाण्यात. बघ-बघ. विल्बर इथेच कुठे तरी असणार आहे. पण आवाज येतोय तिथे नक्कीच नसेल."
एल्मर म्हणाला.

सगळे जण त्या आवाजाच्या दिशेनं शोधत राहिले. पण आवाज तर वेगवेगळ्या ठिकाणांहून येतोय, असं वाटत होतं. ''कुऽऽऽ– मी इकडे आहे. हे बघ.'' असं ऐकेपर्यंत जोरात ''बूऽऽ'' अशी आरोळी आली की, हत्तींच्या कानठळ्या बसून त्यांनी उडीच मारली. एवढ्यात ससुल्या गडी त्यांच्या बिळातून बाहेर येऊन म्हणाले, ''गंमत नाही हो ही – बिलकुल गंमत नाही. सगळा वेड्यांचा बाजार आहे, झालं!''

एल्मर आणि त्याचे हत्ती दोस्त विल्बरला शोधून-शोधून दमले. ‘‘जाऊ दे एल्मर, हा तुझा भाऊ काही सापडत नाही. चल, आपण परत जाऊ.’’ एक जण म्हणाला. त्यावर एल्मरनं त्यांची समजूत घातली आणि तो मोठ्यांदा म्हणाला, ‘‘विल्बर, आम्ही हरलो रे. जिथे असशील, तिथून बाहेर ये!’’

‘‘अरे, मी बाहेर येऊ शकत नाहीये. मी ना, इथे या झाडावर अडकून पडलोय. चिकटलोय मी!’’ झाडावरून विल्बरचा आवाज आला. सगळे हत्ती जोरजोरात हसले.’’ ‘‘हा विल्बर फार चतुर आहे बरं!’’ एक हत्ती म्हणाला.

“विल्बर, आता तू आला नाहीस, तर तुला न घेताच आम्ही घरी निघालो हं.” एल्मर म्हणाला.
“अरे, मी खरंच झाडावर चिकटून बसलोय. शप्पथ!” विल्बरचा आवाज आला.
सगळे हत्ती पुन्हा हसले.
एवढ्यात एक जण म्हणाला, “एल्मर, हा तुझा विल्बर काळा आणि पांढरा आहे का रे?”
“हो. पण तू असं का विचारतोयस?” एल्मर म्हणाला.
“नाही... म्हणजे, मी हळूच डोकावून पाहिलं, तर तो खरंच झाडावर चिकटून बसलेला मला दिसला!” तो हत्ती उत्तरला.

त्या सरशी सगळ्यांनी वर पाहिलं.
तर काय, विल्बर खरोखरच झाडावर होता!

“अरे विल्बर, पण तू असा झाडावर कसा काय गेलास?” एल्मरनं विचारलं.

“अरे, वर कसा आलो, ते सोड. आधी मला खाली कसं उतरवायचं, ते बघ.” विल्बर म्हणाला.

एल्मर म्हणाला. "मला तर काहीच कळत नाहीये. पण आता आम्हाला भूक लागली. तेव्हा आम्ही आधी घरी जाऊन चहा-पोहे खाऊन येतो. आता तू कुठे आहेस, ते तर कळलंय; त्यामुळे ती काळजी नाहीये. बरं, अच्छा, आम्ही जातो. आता उद्या भेटू. बाय!" असं म्हणून तो सगळ्यांच्या पुढे निघाला.

“एऽ एल्मर – मला सोडून नका ना जाऊ. मला पण खूप भूक लागलीय. मला उतरवा ना – तुमच्याबरोबर यायचंय मला.” आता मात्र विल्बर रडवेला झाला होता.

“हंऽ कशी एका मुलाची गंमत केली!” एल्गर हसत-हसत म्हणाला आणि मागे फिरला. “आम्ही तुला एकट्याला सोडून कसे जाऊ?

तुला खाली उतरायचं आहे ना? मग असं कर – झाडाच्या त्या फांदीवरून हळूहळू खाली यायला लाग. तुझ्या वजनानं ती फांदी वाकेल आणि मग आम्ही ती सोंडेने धरू. त्या फांदीला धरून उतर.'' एल्मरनं युक्ती सांगितली.

''ओके'' असं म्हणत विल्बर फांदीवरून खाली यायला लागला. त्याच्या वजनानं फांदी वाकायला लागली. सगळ्या हत्तींनी सोंडेनं ती फांदी बाहेर खेचली आणि विल्बरची सुटका झाली. तो जमिनीवर अलगद उतरला.

"थँक्स दोस्तांनो, तुम्ही मला किती मदत केलीत!" विल्बर म्हणाला. "अरे, पण ते चहा-पोह्याचं काय म्हणत होतात? ते कुठं आहेत?" असं म्हणत तो हत्तींच्या कळपात शिरला आणि सगळेजण हसत-खेळत, उड्या मारत, गमती करत घराकडे निघाले.

रात्र झाली. सगळ्यांनी आपापल्या गाद्या घातल्या. उशी-पांघरूण घेऊन सगळे झोपायच्या तयारीला लागले. ''गुड नाईट विल्बर, गुड नाईट मून'' असं म्हणून एल्मरनं अंगावर चादर घेतली. ''गुड नाईट दोस्तांनो, गुड नाईट. स्लीप टाईट. स्वीट ड्रीम्स...'' असा आवाज सगळ्यांना ऐकू आला.

जणू काही चंद्रच बोलत होता! एल्मर हसला आणि हळूच म्हणाला, “ए विल्बर, तू त्या झाडावर कसा चढलास? सांग ना–” पण तोवर विल्बर गाढ झोपला होता.

एल्मर आणि अनोळखी पाहुणा मित्र

पाहुण्या मित्राची 'बाउन्सर'
मदतीला धावला एल्मर!

पॅचवर्कवाला आपला हत्ती दोस्त – 'एल्मर' मॉर्निंग वॉकला निघाला होता. डुलत-डुलत थोडा पुढे गेला. एवढ्यात त्याला वाघोबा भेटला.

''अरे एल्मर, तुला माहितेय का – आपल्या जंगलात एक विचित्रच अनोळखी प्राणी शिरलाय. वेड्यासारखा उड्या मारतच चालतो अरे तो!'' वाघोबा म्हणाला.

''अहो, ते सगळ्यांपेक्षा वेगळे वागतात, म्हणून तर त्यांना विचित्र अनोळखी पाहुणे म्हणतात ना!'' एल्मर म्हणाला.

''पण हा प्राणी आनंदानं उड्या मारतोय, असं नाही वाटत.'' वाघोबा म्हणाला.

हे दोघं बोलत असतानाच सिंह तिथे आला. ''अरे वाघोबा आणि एल्मर तुम्ही, कसे आहात? तुम्हाला कळलं का? आपल्या जंगलात एक विचित्र प्राणी शिरलाय? विचित्र म्हणजे टुण् टुण्...'' सिंह म्हणाला.

''हो – हो, उड्या मारत चालणारा प्राणी. एल्मरला माहीत आहे.'' वाघानं उत्तर दिलं.

“अरे, पण अशानं तो...” सिंह म्हणाला. त्याचं वाक्य पूर्ण होण्याआधीच वाघ म्हणाला, “धडपडेल तो. एल्मरला माहीत आहे.”

“हो ना... आणि तो जरासा...” पुन्हा सिंहाचं बोलणं अर्धवट तोडत वाघ म्हणाला, “तो जरासा उदास, दु:खी दिसतो... एल्मरला माहीत आहे.”

“चला, आपण त्याला भेटायला जाऊ या.” एल्मर दयाळूपणे म्हणाला.

ते तिघं एका मोकळ्या मैदानाजवळ येऊन पोहोचले.

"इथंच तो उड्या मारताना दिसतो." वाघानं माहिती दिली.

"नुसत्या उड्या नाही, उड्या मारत कोलांट्याही खातो!" सिंहानं पुस्ती जोडली. "नाव काढलं आणि हा हजरच झाला की!", असं त्यानं म्हटल्यावर तिघांनी तिकडे बघितलं – कांगारू येत होता. तो मैदानाच्या दिशेनं आला – मैदानात आला. त्यानं इकडे-तिकडे बघितलं. थोडा मागे-पुढे झाला आणि त्यानं हवेत उडी मारली. स्वत:ला कसंबसं सावरलं, पण तो जमिनीवर आपटलाच. "छे! मला नाहीच जमलं." त्याच्या डोळ्यांत पाणी आलं.

"अरेरे! बिच्चारा!" सिंह म्हणाला.

"चला, आपण त्याच्याशी ओळख करून घेऊन बोलू." एल्मर म्हणाला.

तिघंही पुढे आले. ''काय रे, काय झालं?'' एल्मरनं विचारलं. ''काही नाही. मला उडीच मारता येत नाहीये.'' कांगारू हिरमुसला झाला होता. तो म्हणाला, ''अरे, मी खूप प्रयत्न करतोय, पण मला जमतच नाहीये. आमच्या इथे ना जंपिंग कॉम्पिटिशन आहे. म्हणून तर मी तुमच्या ग्राऊंडवर येऊन गुपचूप प्रॅक्टिस करतोय. पण छे, मला जंपच मारता येत नाहीये. आता माझी फजिती होणार. सगळे मला हसणार.'' कांगारू अगदी रडकुंडीला आला होता.

“अरे, पण तू तर छान उड्या मारतोयस! आम्ही पाहिलं की.” वाघोबा म्हणाला. “छे हो – ते ना उडी मारण्यासाठीची ती नुसती तयारी होती. त्याला ना, ‘बाऊन्सर’ म्हणतात.

मी चांगला बाऊन्सर आहे–'' असं म्हणत कांगारूनं 'बाऊन्स' मारून दाखवली – तीसुद्धा तिथून चाललेल्या जिराफाहून उंच!

''वा, शाब्बास!'' वाघोबा म्हणाला.

''बाऊन्स ठीक आहे. पण मी उडी मारायला गेलो ना की, थेट खालीच आदळतो.'' कांगारू उदास होऊन म्हणाला. ''असं होय? यावर थोडा विचार करायला हवा. आपण उद्या पुन्हा भेटू.'' एल्मरनं सोंडेनं त्याला थोपटत म्हटलं.

एल्मर, वाघोबा आणि सिंह – तिघंही परत निघाले. चालता-चालता सिंह म्हणाला, ''गड्या एल्मर, मी थोडा हळू-हळू चालतो हे मला मान्य आहे. पण मला सांग, हे 'बाऊन्स' म्हणजे एक प्रकारची उडीच नाही का?''

''अगदी बरोबर! पण या वेड्या कांगारूला 'उडी' म्हणजे फारच काही तरी अवघड आणि वेगळी, महत्त्वाची, विशेष वाटतेय. म्हणजे बघा – आपण मुद्दाम घट्ट डोळे मिटले म्हणजे आपल्याला झोप लागते, असं नाही. मुद्दाम ठरवून काही करायचं म्हटलं की, तुम्हाला ते जमत नाही. असंच होतं.'' एल्मरनं आपलं मत मांडलं.

''सिंहांचं बरंय. त्यांना हा 'उडी'चा प्रश्न नाहीये!''

वाघोबानं चेष्टा केली. एल्मर हसला आणि पुढे निघाला.

दुसऱ्या दिवशी सकाळी तो सिंह आणि वाघाला पुन्हा भेटला आणि कांगारूला भेटायला पुढे गेला.

''कांगारू, चल – आपल्याला जायचंय. सिंह आणि वाघ नदीकाठी आपली वाट बघतायत.'' एल्मर म्हणाला.

दमदार पावलं टाकत तो चालायला लागला, तसा कांगारू त्याच्या मागे-पुढे, त्याच्या भोवती – इतकंच नाही, तर त्याच्या अंगावरूनही उसळ्या मारत गिरक्या घेत उड्या मारत जायला लागला.

दोघं नदीकाठी पोहोचले. तिथे वाघ आणि सिंह होते, पण पलीकडच्या काठावर ते थांबले होते. एल्मरनंच त्यांना तसं सांगितलं होतं. "चल, आता पट्कन सूर मारायचा. नाही तर आपले पाय ओले होतील. लांब उडी मारायची, बरं का?" एल्मर कांगारूला म्हणाला.

कांगारू हसला आणि त्यानं एक जोरदार उसळी घेतली आणि थेट पलीकडच्या काठी वाघ आणि सिंहाच्या मधेच जाऊन उभा राहिला!

“अरे, कसली मस्त उडी मारलीस!” वाघ म्हणाला.

“हं. म्हणजे तुम्हाला ‘बाऊन्स’ म्हणायचं आहे का? कारण, मला उडी मारताच येत नाही ना!” कांगारू म्हणाला. “चॅक् – अरे बाबा, बाऊन्स म्हणजेच उडी!” सिंह म्हणाला.

“अगदी बरोबर! मित्रा, उडी मारणं काही वेगळं नाही रे. उडी म्हणजेच उसळी घेणं आणि उसळी घेणं – बाऊन्स मारणं म्हणजेच उडी! चल, आता आपण त्या स्पर्धेच्या मैदानात जाऊ.” एल्मरनं कांगारूला समजावून सांगितलं.

"ओ. के. चला माझ्या मागून –" असं म्हणून कांगारू आनंदानं उड्या मारत आपल्या नव्या मित्रांना घेऊन निघाला. ते सगळे स्पर्धेच्या ठिकाणी पोहोचले अन् लगेच स्पर्धेला सुरुवात झाली.

तिथं खूप कांगारू जमले होते. एल्मर त्याच्या कांगारू दोस्ताला म्हणाला, "चल मित्रा, हो पुढे."

पांढऱ्या कांगारूनं मोठी उडी मारली. सगळ्या प्रेक्षकांनी जोरजोरात टाळ्या वाजवल्या.

"बापरे! आता याच्यापेक्षा लांब उडी मारणं अवघडच वाटतंय मला." कांगारू म्हणाला.

वाघाच्या आणि सिंहाच्या कानाशी एल्मर काही तरी पुटपुटला. पांढऱ्या कांगारूनं जिथे उडी मारली होती, तिथं ते दोघं जाऊन उभे राहिले. कांगारू जेव्हा उडी मारायच्या तयारीत होता, तेव्हा एल्मर जोरात ओरडला, ''चल, सुसाट– आपले पाय भिजतील!''

कांगारू हसला आणि एकदम शक्ती एकवटून त्यानं उंच उसळी घेऊन अशी काही उडी घेतली की, तो पुन्हा सिंह आणि वाघाच्या मधे जाऊन उभा राहिला. अशी मस्त उडी मारून त्यानं स्पर्धा जिंकली.

कांगारूनं एल्मर, वाघ आणि सिंहाचे आभार मानले.

"खरंच, तुम्ही मला खूप मदत केलीत. ती 'नदीपार' उडी मी कधीच विसरणार नाही." तो म्हणाला.

सिंह, वाघ आणि एल्मर घरी परतले. सिंह म्हणाला, "गंमतच

आहे! मला वाटलं होतं. आपण.....''
''एकमेकांना ओळखत नव्हतो!'' वाघानं त्याचं वाक्य पूर्ण केलं.
''खरं आहे. पण आता मात्र आपण सगळे...''
''मित्र आहोत!'' सगळे हसत-हसत म्हणाले.

फ्रँकलिन

हा खरं तर कासव! मित्रांनो, तो आहे
मात्र अगदी तुमच्यासारखाच.
तो शाळेत जातो, खेळतो, भांडतो, दंगा
करतो, अंधाराला घाबरतो, पसारा करतो,
मित्रांवर प्रेम करतो, भाव खातो
आणि चक्क दादागिरीसुद्धा करतो.
पण त्याच्या गोष्टी वाचताना
खूप खूप मज्जा येते.
चला मग, वाचूया ना त्याच्या धमाल गोष्टी!